Thơ:
Thanh Tịnh Liên
Thích Nữ Chân Thiền

Nhạc:
Tuấn Khanh - Phạm Duy

Thơ Nhạc Thiền

THIỀN VIỆN SÙNG NGHIÊM

(Tập 1)

Thiền Viện SÙNG NGHIÊM
SUNG NGHIEM Zen Center
2020

THƠ NHẠC THIỀN
THIỀN VIỆN SÙNG NGHIÊM
(Tập 1)

Thơ:
Thanh Tịnh Liên
Thích Nữ Chân Thiền
Nhạc:
Tuấn Khanh - Phạm Duy

Tranh bìa và trang 5: Đinh Trường Chinh
Ảnh chụp bìa sau, trang 3: Thiền Viện Sùng Nghiêm
Hình trăng minh họa: Sưu tầm trên mạng

Trình bày bìa - dàn trang: Lê Giang Trần

Ấn Hành:
Thiền Viện SÙNG NGHIÊM - SUNG NGHIEM Zen Center
11561 Magnolia St., Garden Grove, CA 92841
Tel: 714-636-0118
Email: sungnghiem@hotmail.com
Web site: thienviensungnghiem.org

Chánh điện Thiền Viện Sùng Nghiêm.

MỤC LỤC

1.	Phật Giáo Kỳ	10
2.	Mừng Phật Đản Sinh	12
3.	Phật Thừa	14
4.	Bát Nhã Tâm Kinh	16
5.	Vô Thỉ, Vô Sinh	20
6.	Năng Lực Vi Diệu	22
7.	Tọa Thiền Tham Thiền	24
8.	Thiền Thơ Không Tên	28
9.	Ánh Mắt Nào	30
10.	Nghe Chăng Ai	32
11.	Vượt Nhị Biên	34
12.	Sám Hối	36
13.	Vu Lan	38
14.	Người Là Ai	40
15.	Cha	42
16.	Mẹ	46
17.	Chiếc Áo Len Đan	48
18.	Viếng Mộ	52
19.	Lễ Sám Hối	54
20.	Trọn Vẹn Vu Lan	56

21.	Công Phu Miên Mật	58
22.	Tụng Kinh	60
23.	Niệm Phật	64
24.	Trì Chú	66
25.	Bát Kỉnh Giới Điều	68
26.	Chân Sám Hối	70
27.	Thọ Bát Quan Trai	73
28.	Hỷ Xả	76
29.	Công Quả	78
30.	Cúng Dường	80
31.	Buông Xả Tuyệt Đối Là Tuyệt Đối	82
32.	Bỏ Chấp Trụ Là Tuyệt Đối	85
33.	Chú Ý Tuyệt Đối Là Tuyệt Đối	86
34.	Ta Là	90
35.	Nụ Cười	92
36.	Tu Là Sửa Đổi	94
37.	Chấp Thiền Là Không Nói	96
38.	Tù Hay Không Tù	98
39.	Giọt Nước Mắt	101
40.	Chúc Mừng Năm Mới	104
41.	Đi Hành Hương	106
42.	Nghề Nghiệp	108
43.	Thế Giới Hòa Bình	110

Phật Giáo Kỳ

Thơ: **Thanh Tịnh Liên**
Thích Nữ Chân Thiền
Nhạc: **Tuấn Khanh**

Đây Phật Giáo kỳ tung bay phất phối. Đây ánh đạo
vàng soi sáng muôn nơi. Ấn Độ, Việt Nam hoàn cầu thế
giới. Chúng ta đón chào chân lý sáng ngời. Chào Phật Giáo
kỳ rực rỡ sáng tươi. Mừng đường giải thoát khổ đau luân
hồi. Ghi ân giáo pháp Đức Phật tuyệt vời. Quyết thề nối
bước chân Ngài người ơi! Đây Phật Giáo cờ tung bay trước

giỏ. Vi diệu nhiệm mầu trước mắt ai ơi! Gió hát người
ca vang tận chân trời. Linh diệu cỡ, người Đồng Một thể
thôi. Cờ là cờ cờ lay.
Cờ là cờ cờ bay. Cờ tung bay Cờ tung bay vui
thay! Lễ đón chào uy nghi đến thế này. Phật Giáo
kỳ cờ siêu việt hình tướng. Phất phới mã vừa thanh tịnh siêu
thay.

Mừng Phật Đản Sinh

Thơ: **Thanh Tịnh Liên**
Thích Nữ Chân Thiền
Nhạc: **Tuấn Khanh**

Nhẹ nhàng én lượn với mây bay Thoang thoảng_ trầm hương,vi diệu thay!
Muôn loài hớn hở, phô nguồn sống Chào đón Đản Sinh, Đức Phật đây
À a a Chim hót_ ca, suối đàn_ hoà_ tấu Thác reo vui, hoa
nở_ ngập trời.. Tràn mầu sắc, tung tăng_ cá lội Mừng Đản Sinh, Thế Tôn người
ơi! Hào quang chói, mười phương ba cõi Tối tăm nào chẳng được chiếu
soi Trường mộng mơ, giật mình tỉnh giấc Chúng sinh thôi ngụp lặn chơi vơi
Toàn vũ_ trụ nhiệm mầu, vi diệu Muôn loài chung sức sống_ đáng yêu Chưa từng
đi, làm sao có đến? Năng lực này siêu việt, việt siêu! Thật nghĩa thâm sâu
Phật Đản Sinh Là nhận ra mình, hết điêu linh Vượt vòng ràng buộc, siêu ba_ cõi

Phật thật là đây Phật Thích Ca Không chi là gần,
cũng không xa Ân Phật thâm sâu hàng ngày trả Phật,
tiếng cười vui khắp mọi nhà Phật,
tiếng cười vui khắp mọi nhà

Phật Thừa

Thơ: **Thanh Tịnh Liên**
Thích Nữ Chân Thiền
Nhạc: **Tuấn Khanh**

Trì Chú, Niệm_ Phật, Câu Thoại Đầu, Công_ Án Pháp Môn_ nào chẳng là Châu
Ngọc, Trầm,_ Lan____ Quán, Chỉ, Thiền đều Tám Bốn Ngàn Môn_ Pháp____
Chỉ Phương Tiện thôi, mà thoát khỏi gian nan Nhất Thừa Tuyệt Đối sao còn Kém, sao còn
Hơn? Sao còn so sánh, còn Nhị Biên Nhỏ,_ Lớn, Nhưng vì tuỳ Nhân Duyên, tuỳ Căn
Cơ, Nghiệp Chướng Nhưng vì tuỳ Nhân Duyên, tuỳ Căn Cơ, Nghiệp Chướng
Chứ chẳng Pháp Môn nào Cao, Thấp, Kém, Hơn Chứ chẳng Pháp Môn nào Cao,
Thấp, Kém, Hơn____ Tiểu, Trung, Đại Thừa hay dù Tối Thượng Thừa____ Chân Thật Nghĩa "Phật
Thừa" xin thấu cho chưa? Chân Thật Nghĩa "Phật Thừa" xin thấu cho chưa? Hình Tướng, danh

từ gây Oan Khiên, Nghiệp Chướng Hình Tướng, Danh Từ gây Nghiệp Chướng, Oan Khiên Phương Tiện dùng
xong, thôi buông bỏ "không chừa" Phương Tiện dùng xong, thôi buông bỏ__"không__ chừa" Tiểu,
Trung, Đại Thừa hay dù Tối Thượng Thừa______ Chân Thật Nghĩa "Phật Thừa", xin thấu cho
chưa? Chân Thật Nghĩa "Phật Thừa" xin thấu cho chưa? Hình Tướng, Danh Từ gây Oan Khiên, Nghiệp
Chướng Hình Tướng, Danh Từ gây Nghiệp Chướng, Oan Khiên Phương Tiện dùng xong, thôi buông bỏ "không
chừa" Phương tiện dùng xong thôi buông bỏ__"không chừa" Không còn chừa giữ, một mảy may gì
hết Không còn chừa giữ, một mảy may cũng không chừa Không còn chừa
giữ, một mảy may gì hết Không còn chừa giữ, một mảy may cũng_không chừa

Bát Nhã Tâm Kinh

Thơ: **Thanh Tịnh Liên**
Thích Nữ Chân Thiền
Nhạc: **Tuấn Khanh**

"Sắc bất dị Không, Không bất dị Sắc___ Không tức thị Sắc,___ Sắc tức thị
Không" Cốt tuỷ Phật Pháp là Bát-Nhã Tâm Kinh Cốt tuỷ Phật Pháp là Bát-Nhã Tâm
Kinh Tổ, Phật ba đời cũng là Tâm Kinh ấy Ai tín, hiểu, thấu, hành cũng đều y
vậy Trọn nhân quả, thời gian và cả không gian Trọn nhân quả, thời
gian và cả không gian. Diệu Pháp thâm-thâm Bát-Nhã Tâm Kinh
Sắc Không, Không Sắc nào khác chi mình "Hình Tướng" là "Không", "Không" vừa là
"Tướng" "Không" là "Hình Tướng", cũng vừa là "Không" Căn cứ thâm thâm Bát-Nhã Tâm Kinh

Không tức Hình Tướng, Tướng Hình tức "Không" Không chính Hình Tướng
Tướng đây Vô Hình, Tướng đây Vô Hình, Vô Hình, Vô Hình Tuyệt diệu thâm - thâm Bát-
Nhã Tâm Kinh Bát - Nhã Tâm Kinh, Không Sắc, Sắc Không vẫn chính là mình
Bao gồm cả Hữu Hình lẫn Vô -Hình Vũ-Trụ này toàn là Không, là Sắc
Vũ-Trụ này toàn là Sắc, là Không Sắc với Không tuy hai mà là một
Không Sắc là một, hoá hiện như hai Phải chăng là Tự Tính Như Lai? Chúng Sinh

bỏ_ sót một ai Nhiệm-mầu hoá-hiện Chân Sắc, Chân Không Sắc Không y
nhất; thân tâm_ cũng đồng___ Thế-Gian Pháp cũng cùng là Phật Pháp
"Phật Pháp nào mà khác Pháp Thế - Gian?" Phật Pháp nào mà
khác Pháp Thế - Gian? Phật Pháp nào mà khác Pháp Thế - Gian?

Vô Thỉ, Vô Sinh

Thơ: **Thanh Tịnh Liên**
Thích Nữ Chân Thiền
Nhạc: **Tuấn Khanh**

Thời Gian ra sao? Trong Biển___ Không Hải___ Chân
Không_________ Không Gian nơi nào? Trong rỗng lặng,
lặng Viên Thông Về đâu, đi đâu, khi Mười
Phương Đồng Nhất Thể?_____ Sinh Tử_____ có còn gì trong Linh
Giác Tính Không?________ Vướng mắc nơi nào? Vì Ta
Trụ nơi nao?____________ Không chi ái nhiễm,
hỏi: "Đã sạch Trần Lao?" Không cột, chẳng trói,___ phải chăng
là Giải__ Thoát?_____________ Diệu Hữu Chân Không, nào còn
sợ chiêm bao?________ Bất Sinh Bất Diệt, này: "Trường Mộng là__

đâu?" Vô Thỉ Vô Sinh, làm sao có bắt đầu? Rỗng Không Vô Trụ, vậy:"Ai người cột
trói?" Bất Khứ, Vô Lai, phải Ma Ní Bảo Châu? Vướng mắc nơi nào? Vì Ta
Trụ nơi nao? Không chi ái nhiễm, hỏi: "Đã sạch Trần
Lao?" Không cột chẳng trói, phải chăng là Giải
Thoát? Diệu Hữu Chân Không, nào còn sợ chiêm
bao? Bất Sinh Bất Diệt, này: "Trường Mộng là
đâu?" Vô Thỉ Vô Sinh, làm sao có bắt đầu? Rỗng Không Vô Trụ, vậy:"Ai người cột
trói?" Bất Khứ, Vô Lai phải Ma Ní Bảo Châu? Rỗng Không Vô Trụ, vậy:"Ai người cột
trói?" Bất Khứ, Vô Lai, phải Ma Ní Bảo Châu?

Năng Lực Vi Diệu

Thơ: **Thanh Tịnh Liên**
Thích Nữ Chân Thiền
Nhạc: **Tuấn Khanh**

Công Năng tự động, tự hiện, Vi Diệu triền miên Khắp muôn loài, ngay muôn
vật, linh hoạt, hiền nhiên___ Toàn bộ Sức Sống Nhiệm Mầu, rõ Siêu Hình
Tướng Vô lượng, vô hình, mà sao tác dụng vô biên?
"Tu, tu sao Bát Thức chuyển thôi, thành Tứ Trí___ Tu, tu sao Bát
Thức chuyển thôi, thành Tứ Trí Thì Thực Tướng phơi_ bày, toàn là Năng Dụng, Chân
Không___ Thì Thực Tướng phơi bày, toàn là Năng Dụng,_ Chân Không Phải
chính, chính Em, chính Cỏ Dại, chính Bông Bồng?___ Phải Vũ_ Trụ___ Năng

Toàn, hằng hiển hiện, dung thông?" Lăng Nghiêm Kinh:
"Tính là Tướng, Tướng cũng là Tính" Bát Nhã Tâm
Kinh: "Không là Sắc Sắc chẳng khác Không" Thực Thể, Hư
Thể cũng rỗng lặng một Tính Không Hỏi: "Mười phương còn
khác? Và Chân Không có đồng?" "Chút vướng mắc gì cũng khó,
khó vượt Tử Sinh Dù bụi nhỏ như Hư Không, vẫn vương vướng
minh Làm sao mà hợp Giác Minh, Vạn Năng, Vạn Pháp Giác Minh cho
hợp Làm sao Siêu Thời Gian, Không Gian, Siêu Tướng,
Thời Gian, Siêu Hình Không Gian, Siêu Tướng, Thời Gian, Siêu Hình

Tọa Thiền Tham Thiền

Thơ: **Thanh Tịnh Liên**
Thích Nữ Chân Thiền
Nhạc: **Tuấn Khanh**

Biết chú ý là cứu cánh tận cùng___ Nếu không toạ thiền, khó lắm ai
ơi___Đừng quên tĩnh toạ, ngày một vài_ tiếng Để tâm mình, thôi đừng chạy lung
tung Thiền chuyển thức tâm, chuyển cùng cội rễ Cho đến cùng, cái cội gốc si
mê Thiền, thiền sâu là đã có đường về Chú ý là đây, tận cùng chú ý Chú ý là
đây chú ý tận cùng Thiền chuyển thức tâm, chuyển cùng cội rễ Cho đến
cùng, cái cội gốc si mê Thiền, thiền sâu là đã có đường về Chú ý là đây, tận cùng chú
ý Chú ý là đây chú ý tận cùng Nếu muốn cùng tột, tận cùng chú
ý Hoán chuyển đi hầm "Vô thỉ vô minh" Toạ, tham đến độ, quên thân tâm mình Thân tâm
3

này, chính "ở Tâm Ý Thức" Thân tâm này, chính "Ý Thức ở Tâm"
Dù tham công án, dù tham thoại đầu Miên mật tham thôi, chẳng chút vọng
cầu Tham đến khi nào, nghi tình thành khối Đi, đứng, nằm, ngồi giữ chặt một
câu "Tôi là ai?" Hỏi mãi suốt canh thâu Công án nào, chẳng vi diệu nhiệm
mầu! Chọn một câu, thật hoài nghi, thật hợp Tham mãi, miệt mài, đừng kể dài lâu
Công Án, Thoại Đầu, là kiếm kim cương Chớ lìa xa, quá tuyệt diệu khôn lường
"MU" là gì? "MU" là gì? "Ai người đang niệm Phật?" Vậy thôi mà, Vậy thôi
mà, hỏi Tổ, Phật mười phương Hỡi những ai đã nhàm chán đau thương Chọn lối
đi, để dứt khỏi đoạn trường Giản dị thôi, câu Thoại đầu, Công án Toạ thiền, tham

thiền, vượt hết sầu vương

Tham không dán đoạn, Nghi Tình thành khối
Chân Nghi hiện rồi, Diêm Vương bỏ chạy thôi
Thuần một khối Nghi, Đầu Sào Trăm Thước
Bảo Kiếm vung lên, dứt sạch Nghiệp Luân Hồi

Hầm sâu đen tối, đáy thùng tan_ rã Thập phương thế giới, đã hiện toàn
thân Vô Tướng thuần nhất, chẳng là thuần chân? Siêu cả sắc không, vượt ngoài phàm
thánh Chẳng chi để nói, chẳng chỗ để về Chẳng người chứng ngộ, ai người si
mê? Đặt Tổ, gọi_ Phật, tiền nhân dậy thế Tuỳ duyên này, tôi thảo nhạc ca thôi

Thiền Thơ Không Tên

Thơ: **Thanh Tịnh Liên**
Thích Nữ Chân Thiền
Nhạc: **Tuấn Khanh**

Ù u u u ù u u u ú U u ú u u u u u ù u u u
u Thiền thơ không mang tên Thiền thơ không mang tên Không nhịp điệu xuống
lên Không văn hoa từ ngữ Không sắc mầu bớt thêm Thiền thơ không mang
tên Thiền thơ không mang tên Không nhịp điệu xuống lên Không văn hoa từ ngữ Không
sắc mầu bớt thêm Không sắc mầu bớt thêm Ù u u u ù u u u ú
U u ú u u u u u ù u u u u... Vẫn biết vẫn vô tư___
___ Vẫn biết vẫn vô tư______ Thiền vượt ngoài sinh tử______
___ Thiền chẳng lọt tứ__ cú______ Thiền vô ngôn vô tự______

Chỉ_gượng nói ai ơi! Khởi ý là hỏng rồi Im lìm
cũng phiền đấy Tuỳ cơ tác dụng thôi Thiền
thơ không mang tên Thiền thơ không mang tên Không nhịp điệu xuống lên Không
văn hoa từ ngữ Không sắc mầu bớt thêm Không sắc mầu bớt thêm Thiền
thơ không mang tên Thiền thơ không mang tên Ù u u u ù u u u
ú U u ú u u u u u ù u u u u

Ánh Mắt Nào

Thơ: **Thanh Tịnh Liên**
Thích Nữ Chân Thiền
Nhạc: **Tuấn Khanh**

Á a a a à Á a a a à Dù cuộc đời đầy thăng trầm, biến
đổi Ánh mắt nào vẫn trong trắng, tinh khôi Vẫn sắt son, vẫn tha thiết, sáng
ngời Vẫn sắt son, vẫn tha thiết, sáng soi Vẫn tĩnh
Siêu tĩnh
lặng êm đềm mà sôi nổi Vẫn tĩnh lặng, êm đềm mà nổi sôi
động êm đềm và sôi nổi Vượt tĩnh động êm đềm và nổi sôi
Á a a a à Á a a a à Nói nhiều thế? Đã nói trọn muôn lời
Ánh mắt ơi, sao chẳng chút phai phôi! Cùng khắp cả thời gian, không gian đấy
Chẳng chẳng gì, chỉ ánh mắt mà thôi Nói nhiều thế? Đã nói trọn muôn lời
Ánh mắt ơi, sao chẳng chút phai phôi Cùng khắp cả thời gian, không gian
đấy Chẳng chẳng gì Chỉ ánh mắt mà thôi

Nghe Chăng Ai

Thơ: **Thanh Tịnh Liên**
Thích Nữ Chân Thiền
Nhạc: **Tuấn Khanh**

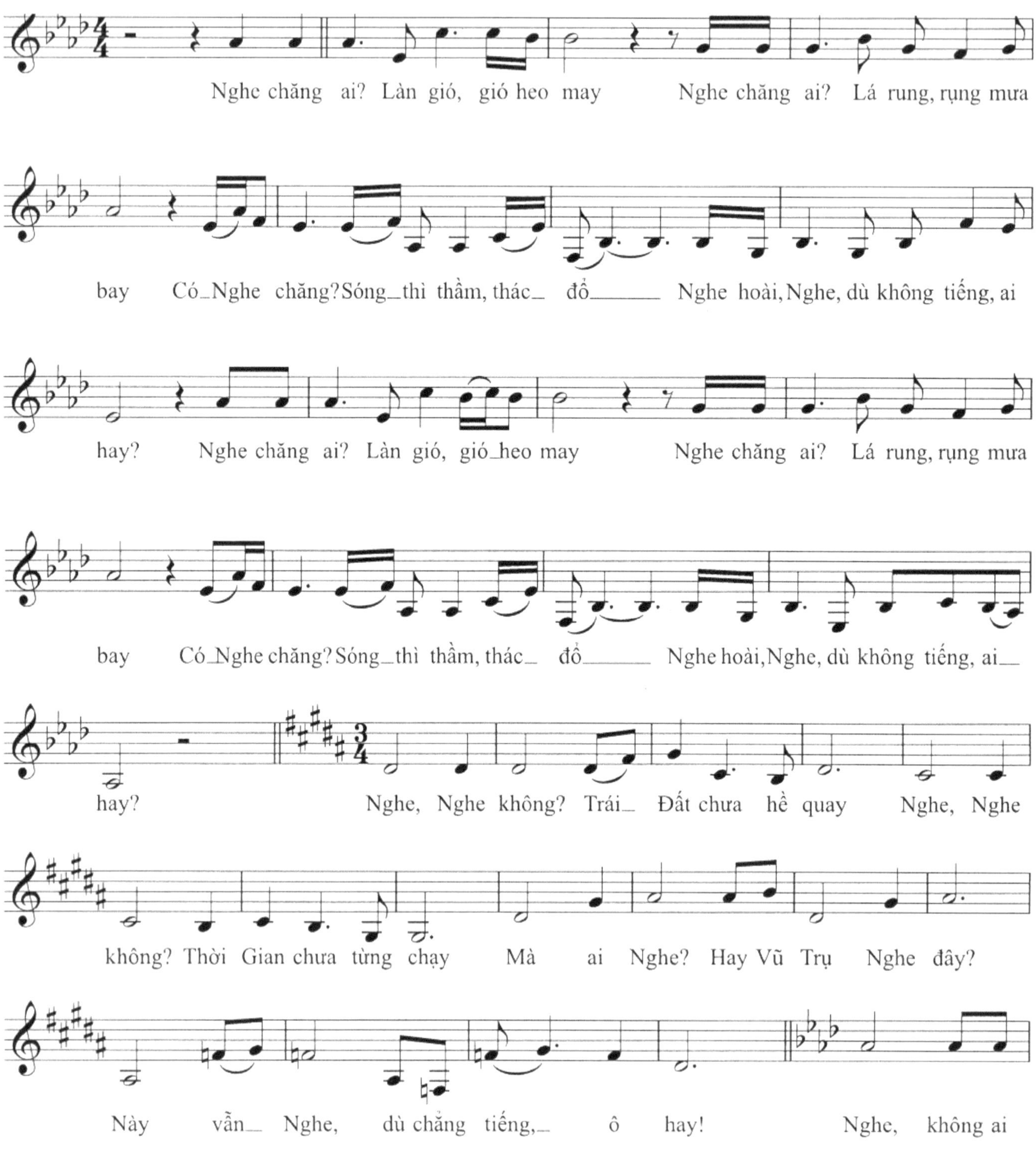
Nghe chăng ai? Làn gió, gió heo may Nghe chăng ai? Lá rung, rụng mưa
bay Có_Nghe chăng? Sóng_thì thầm, thác_ đổ___ Nghe hoài, Nghe, dù không tiếng, ai
hay? Nghe chăng ai? Làn gió, gió_heo may Nghe chăng ai? Lá rung, rụng mưa
bay Có_Nghe chăng? Sóng_thì thầm, thác_ đổ___ Nghe hoài, Nghe, dù không tiếng, ai_
hay? Nghe, Nghe không? Trái_ Đất chưa hề quay Nghe, Nghe
không? Thời Gian chưa từng chạy Mà ai Nghe? Hay Vũ Trụ Nghe đây?
Này vẫn_ Nghe, dù chẳng tiếng,_ ô hay! Nghe, không ai

Nghe? ồ thật lạ___ thay! Không Năng, không Sở, Tính_ Nghe như_ vầy
Mầu nhiệm, Viên Thông, phải chăng thế_ ấy? Tĩnh lặng tột cùng, hỏi phải_ là___
đây? Nghe, Nghe không? Trái_ Đất chưa hề quay
Nghe, Nghe không? Thời Gian chưa từng chạy Mà ai Nghe? Hay Vũ Trụ Nghe
đây? Này vẫn Nghe, dù chẳng tiếng, ô hay! Nghe, không ai Nghe? ồ thật lạ___
thay! Không Năng, không Sở, Tính_ Nghe như_ vầy Động Tịnh,___ Âm Dương,
dung thông, Siêu Thế Tĩnh lặng tột cùng, hỏi phải_ là___ đây
Tĩnh_ lặng tột cùng, hỏi phải___ là___ đây?

Vượt Nhị Biên

Thơ: **Thanh Tịnh Liên**
Thích Nữ Chân Thiền
Nhạc: **Tuấn Khanh**

Thế sự bày chi, nào trước với sau Nào cao, nào thấp, rắc rối thương
đau! Luẩn quẩn, loanh quanh, nhị biên tương đối Tâm địa đại đồng, sau, trước gì đâu Em cuối
3
sau, còn tôi đi hàng đầu Cùng xoay ngược lại, đuôi, đầu thay nhau Trái trứng có
3
trước hay gà có_ trước? Việt siêu cuối, đầu phải nghĩa thâm sâu? Việt siêu cuối,
đầu phài nghĩa thâm sâu? U u ù ú ú ù u u Ù u u
1.
2.
ú ú u u u u u Ù u u u... Cùng một đất tâm, mà trước với
sau! Cùng đồng một thể,_ tuyệt đối như nhau Cao thấp, đầu đuôi, thôi đừng chấp_
trước Cao thấp, đầu đuôi, chấp chước thôi đừng... (Nhạc dạo)

Là sạch u
sầu, mặt ủ mày chau Là sạch u sầu, mặt ủ mày chau Nở nụ cười tươi,
dù trước hay sau Nở nụ cười tươi, dù trước hay
sau Ta vẫn là nhau còn chi đau rầu
Vượt hết tự ti, tự tôn cũng vượt Nước mắt cùng mặn,
máu đỏ cùng đau Nước mắt cùng mặn, máu đỏ cùng đau Ta vẫn là
nhau còn chi đau rầu Vượt hết tự ti, tự tôn cũng vượt Nước mắt cùng
mặn, máu_ đỏ cùng đau Nước mắt cùng mặn, máu_ đỏ cùng đau

Sám Hối

Thơ: **Thanh Tịnh Liên**
Thích Nữ Chân Thiền
Nhạc: **Phạm Duy**

Nhất (ư) niệm vô minh, con lỡ khởi (ư) từ vô thủy (ư)
Tâm độc sầu đầy con lỡ tạo (ư) tham sân si
Tâm, (ư) Khẩu, Ý (y) con lỗi lầm tầy núi Tu Di
Lỡ, lỡ dại rồi con biết gì (i) ngoài sám hối
Nguyện sám hối mọi lầm lỡ khởi từ vô minh
Nguyện chuyển vô minh thành trí tuệ từ bi Nguyện dứt hết
mọi tạp khí ba độc (với) tham sân si Sám hối, sám

30 F♯m F♯ F♯ F♯ C♯ C♯ C♯ C♯
hối Sám hối, sám hối. Nguyện cải hối tột cùng Chí tâm
35 F♯ F♯ F♯ F♯ F♯ F♯ F♯ Bm Bm Bm
thành Chân sám hối Sám hối, sám hối Sám hối, sám
40 Bm D D D D D D
hối. Vì tội từ tâm khởi (y), nên thân con phạm
44 Bm C G Em Am Em C
lỗi Thật tâm sám hối rồi, con thanh tịnh thân
48 Am A D G D G D A
tâm Chỉ một giới thanh tịnh, con tiêu sạch lỗi lầm
53 G D A D Em Bm D
Thanh tịnh thân tâm rồi tinh khiết ấy là con.

Vu Lan

Thơ: **Thanh Tịnh Liên**
Thích Nữ Chân Thiền
Nhạc: **Tuấn Khanh**

Vu Lan, Vu Lan, Vu Lan Nghĩa_thật thâm sâu Vu Lan Vu
Lan Vu Lan Đẹp tựa ngọc châu Lòng hiếu thảo dạ ghi ân bất diệt Ơn mười
phương có sức sống nhiệm mầu Lòng hiếu thảo_ dạ ghi ân bất diệt Ơn mười
phương có sức sống nhiệm mầu Kìa toàn một năng lực linh thiêng vi
diệu Không Sắc, Sắc Không huyền diệu biết bao nhiêu Muôn loài, muôn
vật hoà nhịp sống đáng yêu Động tịnh âm dương cùng thể tuyệt mỹ miều Cùng thể tuyệt mỹ_
miều Vu_ Lan dâng_ bông, Em_ cài đoá_ hồng Anh cài bông Sắc Chị_
cài bông Không Vu_ Lan dâng bông Em_ cài đoá_
hồng Anh_ cài bông Sắc Chị_ cài bông Không

3
Ồ phải chăng chỉ đồng một đoá Chân Không Ôi tuyệt vời thay là Không Sắc dung
thông Vũ_trụ ngay em này âm dương đồng nhất Mẹ, Hoa, Em này cùng thể thật mênh
mông Diệu mát chan hoà vi diệu thay Cành hoa vẫn đấy ngay trên tay Muôn mầu sắc_
và không mầu sắc Cha chẳng đi đâu cha vẫn đây Mẹ chẳng đi đâu Mẹ vẫn
đây Ngay trên ngực áo cài hoa ấy Hoa nào mầu nào mà chẳng vậy Hoá_hiện nhiệm
mầu Ai có___ hay Ngay trên ngực áo cài hoa_ ấy Hoa nào mầu
nào mà chẳng vậy Hoá_hiện nhiệm mầu ai có___ hay?

Người Là Ai

Thơ: **Thanh Tịnh Liên**
Thích Nữ Chân Thiền
Nhạc: **Tuấn Khanh**

Mẹ là Năng Lượng ấm, tràn ngập thân con___ Mẹ là Suối
Nước, Nước_ tươi mát_ ngọt_ ngon___ Mẹ là Gió_ nhẹ,_ Gió lùa trên mái
tóc___ Mẹ là Đất mềm, âu yếm dịu bàn chân con Mẹ
là Vầng Trăng Tròn, còn con là Ánh Ngà rọi sáng Biệt phân nào,_ biệt
phân nào_ cho tỏ rõ___ là mẹ hay_ con Ngọn đuốc nào_ mà tả
xiết hết_ lòng dạ sắt son Cặp Chân Chung,_ hỏi ai đang_ cùng bước cùng
đi? Mẹ là Năng Lượng ấm, tràn ngập thân con___ Mẹ là Suối

Nước, Nước tươi mát_ ngọt ngon___ Mẹ là Gió_ nhẹ,_ Gió lùa trên mái
tóc___ Mẹ là Đất mềm, âu yếm dịu bàn chân con Mẹ là Vầng Trăng
Tròn, còn con là Ánh Ngà rọi sáng Biệt phân nào,_ biệt phân nào_cho tỏ
rõ___ là Mẹ hay_ con Ngọn đuốc nào_ mà tả xiết hết_ lòng dạ sắt
son Cặp Chân Chung,_ hỏi ai đang_cùng bước cùng đi? Ai đang
cài đoá hồng trên ngực áo? Ai đang nhìn hoa mỉm miệng cười tươi? Gặp mặt
thôi, mà thật chửa biết Người! Cố gắng nhé, Tìm cho ra Người Ấy Cố gắng
nhé, Tìm cho ra Người Tìm Cố gắng nhé, Tìm cho ra Người
Ấy Cố gắng nhé, Tìm cho ra Người Tìm

Cha

Thơ: **Thanh Tịnh Liên**
Thích Nữ Chân Thiền
Nhạc: **Tuấn Khanh**

Cha ơi Cha! Cha ơi! Cha ơi Cha! Cha chính là Phật sống! Cha
ơi! Cha ơi! Cha ơi Cha! Cha chính là Phật sống Cha ơi!
Cha chính là Phật sống Cha ơi! Cha ơi! Tâm cha tràn đầy, sâu rộng mênh
mông Lòng thương con, Cha tát cạn biển Đông Dù phải chết, miễn con mình được
sống! Dù phải chết miễn được sống con mình Cha ơi Cha! Cha chính là sức
sống Vi diệu nhiệm mầu hoá hiện thân con Vi diệu nhiệm mầu hoá hiện thân con Tận

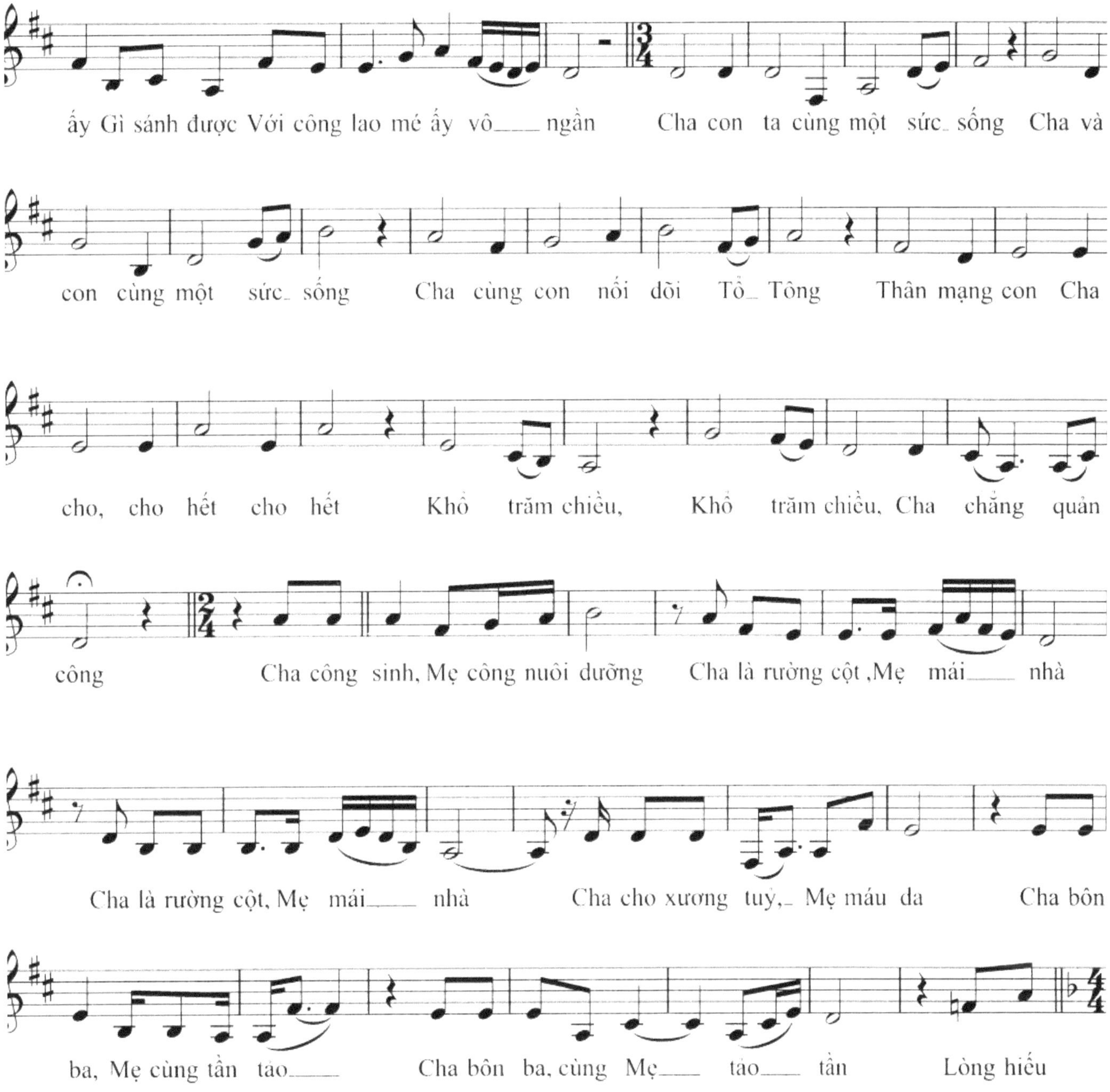
ấy Gì sánh được Với công lao mé ấy vô___ ngần Cha con ta cùng một sức_ sống Cha và
con cùng một sức_ sống Cha cùng con nối dõi Tổ_ Tông Thân mạng con Cha
cho, cho hết cho hết Khổ trăm chiều, Khổ trăm chiều, Cha chẳng quản
công Cha công sinh, Mẹ công nuôi dưỡng Cha là rường cột ,Mẹ mái___ nhà
Cha là rường cột, Mẹ mái___ nhà Cha cho xương tuỷ,_ Mẹ máu da Cha bôn
ba, Mẹ cùng tần tảo___ Cha bôn ba, cùng Mẹ___ tảo___ tần Lòng hiếu

thảo,_ hỏi chi so_ được? Đức hy sinh, can đảm là_ Cha Cùng chí khí, Cha hun đúc
ta Cùng chí khí, Cha hun đúc ta Hỷ xả, bao dung Cha truyền tiếp Phải ngay
con, Cha là tất cả Cũng ngay Cha, tất cả là con Chúng ta đồng vũ trụ, nước_non
Chúng ta đồng vũ trụ, nước_non Đồng sinh lực cùng đồng sức_ sống Đồng sinh
lực sức sống_cùng đồng Đồng sinh lực sức sống_ cùng đồng_

Mẹ

Thơ: **Thanh Tịnh Liên**
Thích Nữ Chân Thiền
Nhạc: **Tuấn Khanh**

3
1.
Cái ngủ mày ngủ cho say Mẹ mày đi cấy đồng xa đang
về a á a à ơi a á a à ơi Lời mẹ ru con Lời mẹ ru con.
Nhắc đến mẹ yêu, ai chẳng rưng rưng Giọt lệ càng nén, càng sa, chẳng
dừng Khi hiếu đễ, nhiều khi không phải thế Nên sót sa, hối hận mãi, không
ngưng Lệ lưng tròng, mẹ bày tỏ não nùng Chua sót nào, so cõi đời thua
thắng! Và có những lúc, giông bão đời cay đắng Mẹ âu sầu, con thấy tim rụng, trời rung
Mắt nhung huyền, mẹ biến sắc đỏ, sưng Mà mình tưởng như gan bào, ruột
thắt Con hư dại, mẹ càng thêm héo hắt Khi thảo ngoan, thoáng một chút tủi, mừng

Rảng đi con, sao thấu hiểu Sắc/Không
Mẹ vẫn đây, từ ngọn cỏ, bông hồng
Vẫn nơi con, dù việc nhỏ, việc lớn
Ngủ, nghỉ, ăn, làm, nào có rỗng không?"

Cái ngủ mày ngủ cho say Mẹ mày đi cấy đồng xa đang về a á a à
ơi a á a à ơi Lời mẹ ru con Lời mẹ ru con. Nhắc đến mẹ
2.
mừng Mẹ, mẹ ơi đừng hãi hùng huyễn mộng Sóng gió nào, cũng chỉ đoá chân
không Hỡi những ai! Dù ngoan hay bất hiếu! Đừng phạt mình, Đừng phạt
mình, vì mẹ vẫn dung thông Cái ngủ mày ngủ cho ngoan Mẹ mày đi
cấy đồng xa đã về a á a à ơi a á a à ơi

Chiếc Áo Len Đan

Thơ: **Thanh Tịnh Liên**
Thích Nữ Chân Thiền
Nhạc: **Phạm Duy**

Len đan từng mũi, đan bằng từng giọt máu Thở từng
hơi biến thành áo nhiệm mầu Tâm sáng ngời trăng tròn hiện từ
lâu Ngầm theo dõi (có) phải đàn em còn thơ dại Len đan từng
mũi, từng hơi thở siêu thiền Sợ em rét lạnh, em ngủ chẳng
yên Biến hóa khăn choàng, biến thành mũ áo Người chị hiền
từ hay bà mẹ thần tiên
Từng miếng cơm ngon, từng manh áo, mảnh quần Chắt chiu nhường

nhịn Chị dư nhiều, đừng lo Bàn tay dúi, này đồng nhỏ, bàn tay
đưa, này đồng to Nhịn ăn nhịn mặc trời cho rất nhiều Bao cay
đắng ngại gì mưa nắng Em hãy còn thơ dại quá nhiều Càng lớn
khôn càng ngỗ nghịch hơn Vẫn tha thứ một lòng thương sót
Một lòng sót
thương Một lòng thương sót Một lòng sót thương
Tôi nay đà lớn sao chi còn lo lắng Chị nhìn tôi vẫn bé nhỏ mồ
côi Cho hết rồi vẫn "tội nghiệp em tôi" Chị thay mẹ thương yêu tôi suốt
đời. Dòng ánh sáng của vầng trăng chiếu rọi Quỳ chấp tay xin tán thán ghi

60
F Cm Cm Gm Gm G G F Gm F
ân Chi Hằng ơi, Mẹ vi diệu khôn ngần Đây nhạc khúc, cùng ngón tay đồng
64
G G B♭ Cm B♭ E♭ G C G C C
gẩy Đây nhạc khúc, cùng hát lên, hát lên, hát lên, hát lên...

Viếng Mộ

Thơ: **Thanh Tịnh Liên**
Thích Nữ Chân Thiền
Nhạc: **Tuấn Khanh**

Tìm quẩn, kiếm_ quanh_chẳng một Ai! Chi_ duy Người_ Ấy Nâng_Cành
Mai Đặt trên Ngôi Mộ Ai? Ai Chết? Đã Chết, Sao Còn Nâng Nhánh Mai? Ừ
này vẫn_ đó Một Cành Mai Lộng lẫy, tươi_ hoài chẳng hề phai Ai
nằm dưới Mộ? Ai Người Viếng? Hay vẫn là Ai, Mai Ngắm Mai Tìm
quẩn, kiếm_ quanh_chẳng một Ai! Chi_ duy Người_ Ấy Nâng_Cành Mai Đặt
trên Ngôi Mộ Ai? Ai Chết? Đã Chết, Sao Còn Nâng Nhánh Mai
Tìm quẩn, kiếm_ quanh_chẳng một Ai! Chi_ duy Người_ Ấy Nâng_Cành
Mai Đặt trên Ngôi Mộ Ai? Ai Chết? Đã Chết Sao Còn Nâng Nhánh

Mai Ừ này vẫn_ đó Một Cành Mai Lộng lẫy, tươi_ hoài chẳng hề
phai Ai nằm dưới Mộ? Ai Người Viếng? Hay vẫn là Ai, Mai Ngắm
Mai Tìm quẩn, kiếm_ quanh_chẳng một Ai! Chỉ_ duy Người_ Ấy Nâng_Cành
Mai Đặt trên Ngôi Mộ Ai? Ai Chết? Đã Chết, Sao Còn Nâng Nhánh
Mai? Đặt trên Ngôi Mộ Ai? Ai Chết? Đã Chết, Sao Còn
Nâng Nhánh Mai

Lễ Sám Hối

Thơ: **Thanh Tịnh Liên**
Thích Nữ Chân Thiền
Nhạc: **Tuấn Khanh**

Lạy sám hối, trăm lẻ tám Hồng_ Danh Thận trọng,nhịp nhàng, đừng vội, đừng
nhanh Ngũ BáchDanh, Tam Thiên hay Vạn Phật... Lạy lễ miệt mài, nghiêm trọng, tinh_
anh Lạy sám hối, trăm lẻ tám Hồng_ Danh Thận trọng,nhịp nhàng,đừng vội, đừng
nhanh Ngũ Bách Danh, Tam Thiên hay Vạn Phật... Lạy lễ miệt mài, nghiêm trọng, tinh_
anh Chú ý từng_ lễ, vừa đẹp, vừa thanh Từ thô-động đến
tế - vi cũng rành Năng lễ, sở_ lễ, Tính-Không và đồng thể____ Trời đất gom tròn, trong
một lễ "Hồng Danh" Chú ý từng_ lễ, vừa đẹp, vừa thanh Từ thô-động đến

tế - vi cũng rành Năng lễ, sở__ lễ, Tính - Không và đồng thể____ Trời đất gom
tròn, trong một lễ "Hồng Danh" Lễ thế "Chân Sám", mới vượt tử__ sanh Lạy không vọng
niệm, hối trong, hối lành Cũng chẳng cầu mong, cũng không chấp chước Cũng không sự
nghiệp, ngọc ngà long lanh! Khi hối lạy mà "Thân Tâm đồng_ nhất"
Đất chuyển, rung trời, thấu suốt từng xanh Thôi giã từ nghiệp_chướng, đời mong manh
Lỗi_ tận, nghiệp_ tiêu, Vạn Đức viên thành Khi hối lạy mà "Thân Tâm đồng_ nhất"
Đất chuyển, rung trời, thấu suốt từng xanh Thôi giã từ nghiệp_chướng đời mong manh
Lỗi__ tận, nghiệp_ tiêu, Vạn Đức viên thành Thôi giã từ nghiệp_
chướng đời mong manh Lỗi__ tận nghiệp_ tiêu, Vạn Đức viên thành

Trọn Vẹn Vu Lan

Thơ: **Thanh Tịnh Liên**
Thích Nữ Chân Thiền
Nhạc: **Tuấn Khanh**

Làm sao ta trọn vẹn nghĩa Vu Lan Làm sao ta trọn vẹn nghĩa Vu
Lan Như trời cao biển rộng sâu ngút ngàn Như trời cao biển rộng sâu ngút
ngàn Dù trả thế nào___đều trong muôn một Tuyệt vời thay trọn vẹn nghĩa Vu Lan
Hiếu trọng ra sao trọn vẹn vu lan Hiếu trọng ra sao trọn vẹn Vu Lan
Tứ ân lo đền đáp hết tim gan Cha mẹ tổ tiên trưởng sư thầy tổ
3
Ân trả đồng đều dâng trọn vẹn tâm can Không_đợi chờ Không đợi
chờ chỉ đến ngày tháng Vu Lan Sát___ na___ Sát___ na Từng phút
giây đều không quên làm Ơn cả chúng sinh hữu tình, vô tình cỏ___cây đất đá Đáp_
đền muôn loài tạm trọn vẹn Vu Lan Đáp đền muôn loài tạm trọn vẹn Vu

Lan Tuyệt đối í a là sao í a Ta trọn vẹn ư ứ Ta trọn
vẹn í ì Vu Lan ứ ư Vu Lan ứ ư Tìm
kiếm minh sư dù phải trải i gian án nan Tìm kiếm minh sư Dù phải
trải gian nan Dù phải trải gian nan gian nan Tu sao thật đúng
y Chân chính Pháp Toàn giác giác rồi Đấy trọn vẹn Vu Lan Toàn giác giác
rồi Đấy trọn vẹn Vu Lan Toàn giác giác rồi Đấy trọn vẹn VU LAN.

Công Phụ Miên Mật

Thơ: **Thanh Tịnh Liên**
Thích Nữ Chân Thiền
Nhạc: **Tuấn Khanh**

Công Phu miên mật ta không phạm Giới_ Luật Tâm Công Phu, hỏi
Thân còn phạm giới gì? Tâm Công Phu, hỏi Khẩu, Ý phạm luật chi?
Công Phu miên mật là hành trì Luật___Giới Niệm Phật, Tham Thiền hay khi
đang Trì_ Chú Liên tục, miệt mài, ta gọi đó "Công Phu" Niệm Phật, Tham
Thiền hay khi đang Trì Chú Liên tục, miệt mài, ta gọi đó "Công
Phu"___ Không giải đãi là bổn phận của người__tu Được giải
thoát, là do Công Phu miên mật Tập trung Niệm Phật như người
đang đấu kiếm Mắt không mù, ta thấy Khán Giả ngồi xem

Mắt không mù, ta thấy Khán Giả ngồi xem Tai không
điếc, nên ta nghe họ chê khen Chi cũng mặc, chi cũng mặc, chỉ một
đường ta tiến tới Công Phu liên tục, là Công Phu thành khối Tay kiếm buông
lơi, là sống chết như chơi Tay kiếm buông lơi, là sống chết như chơi
Nỗ lực chú__ Tâm, là đúng đấy người___ơi
Vọng Tưởng, Tâm gì, cũng coi như Khán_ Giả Khán Giả dù đông, vẫn coi
tựa như không Mục đích_ chính là Công Phu không buông_ thả__
Không buông_ thả,__ là Công Phu ta thành phiến__
Phiến đã__ thành rồi, tự ta bật tiếng_ ca Phiến đã__ thành
rồi, tự ta bật tiếng____ca

Tụng Kinh

Thơ: **Thanh Tịnh Liên**
Thích Nữ Chân Thiền
Nhạc: **Tuấn Khanh**

3
Hỏi Kinh Ai Tụng mà như dội thấu tận Tâm Can? Tụng rõ như Khai Thị, khiến Ta tỉnh mộng mơ
màng Dù bạc vàng, châu_ báu chất đầy Mười Phương Thế Giới So làm
sao, sánh thế nào, với Bảo Pháp Phật ban? Hỏi Kinh Ai Tụng mà như dội thấu tận Tâm
Can? Tụng rõ như Khai Thị, khiến Ta tỉnh mộng mơ màng Dù bạc vàng, châu_
báu chất đầy Mười Phương Thế Giới So làm sao, sánh thế nào, với Bảo Pháp Phật_
ban? Ôi! càng Nghe Kinh, càng_ thấm, Ôi! càng Nghe
Kinh, càng_ thấm, lại càng thấy bàng hoàng, lại càng thấy bàng hoàng Kinh Như Tiếng

Sét: "Thức Tỉnh và Thúc Dục Oang Oang..." "và Thúc Dục Oang Oang..." Thiết tha gọi
con: Thiết tha gọi con: "Mau thoát khỏi Ngôi Nhà Lửa Cháy!" "Ngôi Nhà Lửa
Cháy!" Sinh Tử, Luân Hồi nào khác gì "Nhà Cháy Toang Hoang!" "Nhà Cháy Toang
Hoang" "Nhà Cháy Toang Hoang" ư ứ ư ừ Tụng Lời Kinh
Xưa mà Tụng rõ từng câu, từng hàng
Tụng không vội vàng, mà Chú Ý từng
chữ, từng trang Người Tụng câu
Kinh, làm sao cho Dung Thông, Hiệp Nhất
Khai Ngộ Ta, Người trong Đệ - Nhất - Nghĩa

câu Chú Ý từng nghĩa, từng lời mà Tâm không mong cầu Người Tụng câu
Kinh, làm sao cho Thấu Thông, Đồng Nhất Khai Ngộ Ta và Người trong Đệ-Nhất-Nghĩa thâm
sâu Người Tụng câu Kinh, làm sao cho Thấu Thông, Đồng Nhất Khai Ngộ Ta
và Người trong Đệ - Nhất - Nghĩa thâm ư sâu

Niệm Phật

Thơ: **Thanh Tịnh Liên**
Thích Nữ Chân Thiền
Nhạc: **Tuấn Khanh**

Niệm Phật Nhất Tâm khác gì Công Án Niệm Phật Nhất_ Tâm Công
Án khác_ gì Đi, đứng, nằm, ngồi không_ rời, không_ nản
Ăn, nghỉ, làm việc không chi ngăn_ cản Khẩn trương, vội vàng vững_ một Niệm_
thôi Khẩn trương, vội vàng vững một Niệm_ thôi_ Niệm
Niệm không ngưng, không vọng, không_ cầu_ Niệm Niệm không ngừng,
chẳng quản dài lâu_ Niệm không tán loạn, suốt mãi canh thâu_
Niệm Thanh Tịnh Niệm, là thấy Nhiệm Mầu_

Niệm từng hơi thở, hoa sen đang nở Niệm từng Sát
Na, Diêm Vương phải xa Niệm không đứt đoạn, vượt cõi Sa
Bà Toàn Thân Đồng Niệm, Đã Trở Về Nhà Đồng Niệm Toàn Thân
là Đã Trở Về Nhà Khai Thị muôn loài, một tiếng Di - Đà
Niệm nhỏ, to, tiếng Ca-Lăng Tần - Già Vũ trụ này, ngay từng câu Niệm
rõ A - Di - Đà - Phật Nam - Mô - A - Di - Đà Nam-Mô - A - Di - Đà -
Phật Nam - Mô - A Di Đà Phật Nam - Mô - A - Di - Đà -
Phật Nam - Mô - A Di Đà Phật Nam - Mô -
A - Di - Đà - Phật Nam - Mô - A Di Đà Phật

Trì Chú

Thơ: **Thanh Tịnh Liên**
Thích Nữ Chân Thiền
Nhạc: **Tuấn Khanh**

Đọc Nhỏ, Niệm To, hay chỉ Đọc Thầm Trì không gián đoạn, không_
loạn, vọng Minh_ Tâm Trì rõ ràng, dù nguy nan hay cấp bách
Linh_ Diệu, Tuyệt Vời hỏi sao quá Thậm Thâm?________
Miệt mài Trì___ thôi, đừng quản ngại mau_ lâu Miệt
mài Trì thôi, đừng quản ngại_ mau lâu Thanh Tịnh, Kiên Trì mà
Tâm không mong cầu Trì đến khi nào Chú và Ta đồng nhất Sẽ thấu Chú là

Hữu Tình dung thông, cũng gồm cả Vô Tình Đêm ngày chuyên
Chú, chăng mảy may loạn tán Mười Phương, Ba Cõi, phải Siêu
Phàm Tính Linh Trì đến độ Ta là
Chú, Chú là Ta Trì đến độ Ta là Chú, Chú là
Ta Quỷ bay, Ma chạy, Diêm Vương hàng, bỏ xa Quỷ bay, Ma
chạy, Diêm Vương hàng, bỏ xa Đại Địa, Sơn Hà chỉ trong một câu
chú: "Úm Ma Ni Bát Minh Hồng... ú u... Úm Ma Ni Bát Minh
Hồng... ú u... Úm Ma Ni Bát Minh Hồng... ú u... Úm Ma Ni Bát Minh
Hồng... ú u..."

Bát Kỉnh Giới Điều

Thơ: **Thanh Tịnh Liên**
Thích Nữ Chân Thiền
Nhạc: **Tuấn Khanh**

Đấng Đại Giác Thích Ca Mâu Ni
Vừa Đại Trí, vừa Đại_ Từ Bi
Ngài thấu hiểu Tăng Đoàn Ni Chúng
Tự hại mình, vì tột mê si!
Thường tình, Nữ Nhi, nhỏ nhen, nhiều chuyện
Độc ác, thâm trầm, thủ đoạn, đảo điên
Đố kỵ, ghét ghen, tạo lắm ưu phiền
Ích kỷ, ngạo mạn,___ thị phi tranh
chấp Ngạo mạn, ích kỷ,___ tranh chấp thị phi
Đầy tham vọng, nào cao, nào
thấp Trong Nhị Biên, chẳng biết đường ra
Cõi tương đối, ấy cõi Sa_ Bà
Vào Biên
Kiến là trong Tử_ Sinh!
Đức Tự Phụ vô_ vàn thương_ xót
Phận_ má

hồng, khờ dại, vô___ minh Ngài kê toa: "Liều Thuốc___Thánh Linh" Ba Trăm Bốn
Tám Giới__ Điều, và đây "Bát Kinh" Ba Trăm Bốn Tám Giới_ Điều Bát Kinh là
đây Một Bát_ Kinh chứ_mười Bát_ Kinh Quá nương tay, cũng quá_ nhẹ_ nhàng Bệnh nan
y, sao khỏi_ bàng_ hoàng! Không dùng Linh Dược, mà sao bệnh hết! Không dùng Linh
Dược, mà sao hết bệnh! Nương Bát Kinh_ để mà chuyển_ hoá Tự sửa
mình kiểm điểm_ "Cái_ Ta" "Cái Ta" ấy là cái_ "Vọng__ Ma" Hạ được Cái
"Ta", vượt cõi Sa_ Bà Hạ được Cái "Ta", vượt cõi Sa_____ Bà Hạ được Cái
"Ta" Hạ được Cái "Ta" vượt_ cõi Sa__________ Bà

Chân Sám Hối

Thơ: **Thanh Tịnh Liên**
Thích Nữ Chân Thiền
Nhạc: **Tuấn Khanh**

Quỳ Sám_ Hối, con xin Phật, xin__ Chúa Quỳ Sám Hối, con xin
Phật, xin Chúa Rủ lòng thương Nương theo Đạo, con quyết
Tâm thành xin Sám Hối Nương theo Đạo, con quyết Tâm thành xin Sám Hối
Sợ sa Địa Ngục, Mất Hồn, mong mảnh hơn sương Sợ sa Địa
Ngục, Mất Hồn, mong mảnh hơn sương Tội Bại Hoại Gia
Phong, tội đảo lộn Luân-Thường Tội đến Diêm-Vương còn kinh__
hãi, treo làm gương Tội đến Diêm-Vương còn kinh__
hãi, treo làm gương______ Nhưng Chân Hối Cải nào chẳng

rúng động mười phương Nhưng Chân Hối Cải nào chẳng rúng động mười phương
Mọi tội lỗi vơi đầy, xin dốc lòng Sám Hối Tội biết bao nhiêu đời, kế tiếp
tội này đây thôi Ôi tội của con giăng khắp chốn, ngập_ chân_ trời!
Ngạo mạn, bất hiếu, vọng ngữ, bội bạc, khơi khơi Không_ còn Đạo Lý, Kỷ
Cương, Đức Hạnh trên đời! Niệm niệm vô minh quay_ về Toàn Chân Cải - Hối
Niệm niệm vô minh quay_ về Toàn Chân-Cải - Hối Chân nghĩa Sám Hối nào chẳng
rúng động muôn phương? Chân nghĩa Sám Hối nào chẳng rúng_ động muôn phương?_
Bỗng nhiên Tâm con bừng như ánh Thái Dương Bỗng nhiên Tâm

con bừng như ánh Thái_ Dương Lòng con thanh, dạ con ngát tựa một bông
hồng Khi Nhất Dạ, Nhất Tâm hoán cải hết lỗi mình
Là hoá chuyển tội rồi, và chuyển cả vô minh, và chuyển cả vô minh
Tội tự___ tiêu, lỗi___ tan tành dù cao hơn___ núi
Thanh tịnh Tâm này là toàn vũ___ trụ___ linh,
linh...___

Thọ Bát Quan Trai

Thơ: **Thanh Tịnh Liên**
Thích Nữ Chân Thiền
Nhạc: **Tuấn Khanh**

Thọ Bát Quan Trai, sáng_đẹp tựa Sao Mai Thọ Bát Quan Trai, sáng_đẹp tựa Sao
Mai Tập Xuất-Gia cần- chuyên Tập Nghiêm Trọng miệt - mài Phiền-Não bên_
ngoài, tạm gác qua một buổi Trai Giới một_ ngày, Tôi học Hạnh Như - Lai
Không đua tranh, không đua tranh, cũng không còn Đúng với_ Sai Không tị -
hiềm, không_ tị - hiềm, cũng không còn Hơn Thua Ai Giới, Định,
Huệ, mục-tiêu là nhân Giải_ Thoát Một ngày Tu thôi, Một ngày Tu
thôi, mà phiền não cũng dần phai Ôi Tuyệt Vời thay là Thọ Bát Quan
Trai! Ôi Tuyệt Vời thay là Thọ Bát Quan Trai Tịch -

Thanh, Thanh -Tịnh quả Một mà không Hai Tịch - Thanh, Thanh -Tịnh quả Một mà không
Hai Trai Giới Trì, còn gì Oan Khiên, Nghiệp -Chướng! Hỏi Hồng Trần
nào còn trĩu-nặng đôi vai? Nếu tiếp Tu thôi, ắt Sinh Tử tiêu - tai Nếu tiếp Tu
thôi, ắt Sinh Tử tiêu - tai Nếu tiến Tu hoài, ắt sẽ thấy Bản - Lai Nếu tiến Tu
hoài, ắt sẽ thấy Bản Lai Nếu muốn giã từ mọi Trần Lao Oan - Trái mọi Trần -Lao Oan-
Trái Chi__ Tu, Tu thôi Ồ xem:"Tôi là Ai?" Ồ xem:"Tôi là
Ai?" Ồ xem:"Tôi là Ai?" Tịch - Thanh, Thanh Tịnh quả Một mà không
Hai Tịch - Thanh, Thanh - tịch quả Một mà không Hai Trai Giới
Trì, còn gì Oan Khiên Nghiệp Chướng! Hỏi Hồng Trần nào còn trĩu-nặng đôi vai?

Nếu tiếp Tu thôi, ắt Sinh Tử tiêu - tai Nếu tiếp Tu thôi, ắt Sinh Tử tiêu-
tai Nếu tiến Tu hoài, ắt sẽ thấy Bản - Lai Nếu tiến Tu hoài, ắt sẽ thấy Bản-
Lai Nếu muốn giã từ mọi Trần-Lao Oan - Trái, mọi Trần-Lao Oan - Trái Chi__
Tu, Tu__ rồi, Ồ xem:"Tôi là Ai?" Ồ xem:"Tôi là Ai?" Ồ xem:"Tôi là Ai?"

Hỷ Xả

Thơ: **Thanh Tịnh Liên**
Thích Nữ Chân Thiền
Nhạc: **Tuấn Khanh**

Đã là con người, hỏi ai không có tội? Tội ít, tội nhiều, tội suốt cả đời
tôi! Nhưng tội trước thật sám, lỗi sau cải hối
Hỏi người người, ai nỡ chẳng tha thôi? Cứ tu đi, Thân Tâm này lo sửa
đổi Chuyển hoá được rồi, vi diệu chẳng xa xôi Đừng hổ thẹn, cũng đừng phiền hà quá
khứ Chỉ tu thôi, là sẽ thấu triệt tuyệt vời Ai chấp chặt, không tha
người đang mang tội? Ai tâm tư, còn khe khắt mãi không nguôi? Là tự
buộc trói mình trong mê, và rắc rối!
Ai thấy lỗi người, không thể nào phai phôi? Tương ứng với

tội, hình phạt lãnh đủ rồi Ai cũng khinh, xã hội ruồng rẫy thương ôi! Không khích
lệ, không cơ hội, cải tà quy chính Phải vô tình, ta xô người vào vực thẳm xưa thôi! Độ
lượng, bao dung, nụ cười nở trên môi Từ bi tâm biểu lộ, rộng mở sáng_
ngời Đạo ngay đây, còn tìm đâu trong mê tối Hỷ xả chính_ mình, là tha
thứ người ơi! là tha thứ_ người ơi! Chấp chước làm chi, khi người quỳ hối_
lỗi! Tự phạt suốt đời, cái chết cũng buông trôi Nhất niệm vô minh, biết quay về hướng
thiện Tướng cướp buông dao, là cũng được tha thôi Hà ha ha há ha ha ha...
3
3
3

Công Quả

Thơ: **Thanh Tịnh Liên**
Thích Nữ Chân Thiền
Nhạc: **Tuấn Khanh**

Khi làm Công Quả,___ ta đừng kể công Khi làm Công
Quả,___ ta đừng kể___ công Chấp chước công lao, công tựa như
không Chấp chước công lao, công tựa như không Phải nên tận lực,
dù việc lớn bé Chăm chú, cần cù, việc như gấm, bông Chăm
chú, cần cù, việc như gấm, bông___ Tôi là việc,___ mà
việc cũng là Tôi___ Tôi là việc,___ mà việc cũng là
Tôi___ Việc, Tôi nhập một, vui làm như chơi Việc,
Tôi nhập một, vui làm như chơi___

Ngoại cảnh chẳng màng, Vọng Tâm tự lặng
Làm không người làm, ồ Tuyệt Đối thôi!
Làm không người làm, ồ Tuyệt Đối thôi
Làm Ba-La-Mật, thật là Công Quả
Siêu Công-Quả này, Sinh Tử, phải qua
Không chấp chước, không mong cầu, đổi chác
Tiếp tục lâu dài
hoa nở không xa
Làm Công Quả, mà chấp chước, mong
cầu
Chỉ được Phước Báu,
kiếp sau sẽ giàu
Công danh, sự
nghiệp, tuy giàu sang thật đó
Nhưng không giải thoát,
Luân Hồi, khổ
đau!
Nhưng không giải thoát,
Luân Hồi, khổ đau!

Cúng Dường

Thơ: **Thanh Tịnh Liên**
Thích Nữ Chân Thiền
Nhạc: **Tuấn Khanh**

Việc Bố Thí Cúng_Dường đẹp tựa ánh Thái_ Dương Việc Bố
Thí Cúng_Dường đẹp tựa ánh Thái_ Dương Khiêm cung, trang
trọng, một dạ chân thành dễ__ thương Đừng chấp chước công này
to, của tôi thật nhiều, và thật lớn, và thật__
lớn Nhưng không bằng Tâm thành của chỉ một đồng còn hơn Mong cầu đổi
chác trong_ việc Bố Thí Cúng_ Dường Ngã, Pháp trụ chấp, Tập Khí còn chưa Xả -
Buông còn chưa Xả - Buông còn chưa Xả__ Buông Không Ba - La -
Mật, không_ phải chân Cúng_Dường Bố__ Thí Còn ta

cho, người nhận Còn ta cho, người nhận, còn mọi đường vấn
vương, còn mọi đường vấn vương Ba - La - Mật mới chân thật
Bố Thí Cúng Dường Công, của dù nhỏ mà toả ngát trọn hoa
hương Không Năng, Không Sở cũng chẳng vật gì Bố Thí
Chỉ một Tâm này, đồng thành tịnh khắp muôn phương Ba - La - Mật
mới chân thật Bố Thí Cúng Dường Công, của dù nhỏ mà toả
ngát trọn hoa hương Không Năng, Không Sở cũng chẳng vật gì Bố
Thí Chỉ một Tâm này, đồng thanh tịnh khắp muôn phương

Buông Xả Tuyệt Đối Là Tuyệt Đối

Thơ: **Thanh Tịnh Liên**
Thích Nữ Chân Thiền
Nhạc: **Tuấn Khanh**

Buông Xả đây, là Buông Tâm Đối_ Đãi Để thôi đi, cái Nghiệp Kiếp bi
ai Siêu việt ngoài ngoài cái sai, cái đúng Vượt ra ngoài đây thắm, kia
phai Buông Xả đây, là Buông Tâm Đối_ Đãi để thôi đi, cái Nghiệp Kiếp bi
ai Siêu việt ngoài ngoài cái sai, cái đúng Vượt ra ngoài đây thắm, kia
phai Buông Xả đây, là Buông Tâm Biên Kiến Để thôi đi, cái sinh diệt_ triền_
miên Việt_ Siêu ngoài cái không và cái có Vượt ra ngoài Không, Sắc vẻ ảo
huyền Buông Xả đây, không phải bỏ gia đình Vẫn vợ

chồng, con cháu trọn trung_ trinh Nhưng không cột Tâm, muôn điều vướng_
mắc Không đắm_ say, dục ·ái nặng, vô minh
Buông Bỏ đây,_ hy
sinh quên thân mình_ Can
đảm_ lên,_ Bỏ Tập Khí điêu
linh_ Buông Bỏ đây,_
_ hy sinh quên thân mình_
Can đảm_ lên,_ Bỏ Tập

Khí điêu linh
Dù gian khổ, khó
khăn, thôi cố gắng Vượt ra ngoài, dây xiềng xích Từ
Sinh! Dù gian khổ, khó khăn, thôi cố gắng
Vượt ra ngoài, đây xiềng xích Từ Sinh
Dù Tu Sĩ, hay dù là Cư Sĩ Nếu quyết
Tâm, ta còn sợ nỗi gì? Bỏ Buông hết, mọi
thói hư, tật xấu Xả tột cùng, là ĐẠO chớ còn chi?

Bỏ Chấp Trụ Là Tuyệt Đối

Thơ: **Thanh Tịnh Liên**
Thích Nữ Chân Thiền
Nhạc: **Tuấn Khanh**

Cứ trân quý thân mình vì ngỡ thật ư?___ Không hiểu lý nhân duyên,
ai không Chấp, Trụ!___ Chấp con cháu, vợ chồng, Chấp tổ___ tiên đất nước_______
Trụ người, Trụ vật, Trụ danh tài ảo___ hư Thà chết thôi,
ta cứ giữ khư khư Vì tưởng thật, làm sao không Chấp, Trụ
Dù chết rồi, ta còn thương tiếc nuối Nên đời đời,
luẩn quẩn với tâm tư Không hiểu lý do, sao thoát khỏi ngục tù?
Kiếp kiếp, đời đời, trong mộng ảo phù_ du Mãi lăn trôi,

Chú Ý Tuyệt Đối Là Tuyệt Đối

Thơ: **Thanh Tịnh Liên**
Thích Nữ Chân Thiền
Nhạc: **Tuấn Khanh**

Muốn buông xả, để đạt tột cùng Cứu Cánh Muốn không_ trụ, danh tài, ái dục lung
tung Muốn bỏ Tập Khí,_ đến không còn chi để bỏ Muốn bỏ Tập Khí,_ đến không còn chi để
bỏ_ Thì đừng quên Chú Ý, thì đừng quên Chú Ý mãi khôngngừng... Muốn buông
xả, để đạt tột cùng Cứu Cánh Muốn không_ trụ, danh tài, ái dục lungtung Muốn bỏ Tập
Khí,_ đến không còn chi để bỏ Muốn bỏ Tập Khí,_ đến không còn chi để
bỏ_ Thì đừng quên Chú Ý, thì đừng quên Chú Ý mãi không ngừng... Đi đứng, nằm,

ngồi đừng nghĩ mông lung___ Ăn, nghỉ, làm việc, Chú Ý tận cùng Sát na, sát
na,___việc nhỏ, việc_ lớn Vội vã thế nào, Chú Ý không ngưng Vội vã thế nào, Chú Ý không
ngưng Chú Ý nhường ấy___ mình ở___ngay đây___
Ta ở ngay đây,___ bao giờ nói bậy?___ Ta ở ngay
đây,___ không sao làm_ quấy___ Ta ở ngay đây,___
tham sân phải chạy___ Ta ở ngay đây___
tham sân phải xa Rời Chú Ý ra, ta đã mất___ta Rời Chú Ý

ra, Ta chẳng khác ma Rời Chú Ý ra, quên đường lạc lối Rời Chú Ý ra, Diêm
Vương nào tha Chú Ý liên tục, ngày cũng như đêm Chú Ý liên tục, ngày cũng như
đêm Mục đích Giải Thoát, đã đạt, đã nên Ta ở ngay đây, từng giây từng phút
Thôi đã tu xong, Diệu Hữu kề bên Thôi đã tu xong, Diệu Hữu kề bên
3
4
4

Ta Là

Thơ: **Thanh Tịnh Liên**
Thích Nữ Chân Thiền
Nhạc: **Tuấn Khanh**

Tâm trụ, chấp,__ ta đã xả ra Tâm trụ, chấp,__ ta đã xả ra Tâm đối
đãi, ta buông sạch cả Mọi tập khí, ta thiêu,_ ta đốt_ Vũ trụ đây, ta chính thật TA Vũ_ trụ_
đây, ta chính_thật_TA Vũ_trụ đây, ta chính thật TA TA là mây, bay lượn là
là TA là chim, ríu rít hót ca TA là gió, reo qua hoa lá__
TA là trăng, soi sáng_ sơn hà TA là mây, bay lượn là là TA là
chim, ríu rít hót_ ca TA là gió, reo qua hoa lá__ TA là trăng, soi
sáng sơn hà TA là sao, lấp lánh kiêu sa TA là biển, suối mát vườn
trà TA là ánh mặt trời chiếu sáng_ TA là__ TA, TA thật chính_
TA TA thật chính_ TA, TA là tất_ cả TA thật chính_ TA, TA

là tất_ cả
TA là hạt bụi đại địa sơn_ hà
TA là hạt bụi, đại
địa sơn_ hà
Mười phương thế giới, đâu mà không TA
Mười phương thế
giới, đâu mà không TA
TA vẫn là TA,
TA vẫn là TA,
TA vẫn đây mà

Nụ Cười

Thơ: **Thanh Tịnh Liên**
Thích Nữ Chân Thiền
Nhạc: **Tuấn Khanh**

Ôi Nụ Cười rạng rỡ ánh sao! Cười hồn nhiên, tự tại nhường nào Thiêu rụi
cả, oan khiên, nghiệp chướng Phải Nụ Cười, vượt thoát Chiêm Bao? Phải Nụ Cười, vượt thoát Chiêm
Bao? Phải Nụ Cười, phải Nụ Cười, phải Nụ Cười, giải thoát Trần Lao?
Này Cười thế, mà ra là "Đạo" Này Cười thế, là "Đạo" mà thôi
Chỉ Cười thôi, chỉ Cười thôi, là nói Pháp tột cao! là nói Pháp tột cao!
Lặng Cười thôi, lặng Cười thôi, chẳng thốt lời nào Phải Nụ Cười,
phải Nụ Cười, phải Nụ Cười, giải thoát Trần Lao? Này Cười thế, mà ra là

"Đạo" Này Cười thế, là "Đạo" mà thôi Chỉ Cười thôi, chỉ Cười thôi, là nói
Pháp tột cao! là nói Pháp tột cao! Lặng Cười thôi, lặng Cười
thôi, chẳng thốt lời nào Lặng Cười thôi, chẳng thốt lời nào

Tu Là Sửa Đổi

Thơ: **Thanh Tịnh Liên**
Thích Nữ Chân Thiền
Nhạc: **Tuấn Khanh**

Tu không Sửa đổi,_ sao gọi là Tu? Tu mà không Sửa,__ mắt có tựa Mù! Ngã cao như
núi, làm sao Giải Thoát!_____ Tập Khí y nguyên, cũng gọi Tu ư? Sân si, ngã_mạn, vị
kỷ, tranh đua Ngày đêm chiến đấu: "Ta Thắng, Người Thua" Sân si, ngã_mạn, vị
kỷ, tranh đua Ngày đêm chiến đấu: "Ta Thắng, Người Thua" Nhỏ nhen, thù hận,
si mê chồng chất Ngụp Lặn, Nhị Biên, Sinh Tử_ sao chừa Tự trói mình_
thôi, qua_ từng Ý__ Thức Tam Độc hoành hành, an nhiên, tự lực
Bao kiếp lăn trôi, thả buông như thế! Tu Sửa đi thôi, quay về Trung

Thực Tu Sửa đi thôi, quay về Thực Trung Tu Sửa Thân Tâm, đâu chỉ một
lần! Cho dù gian khổ, miễn thành: "Thiện Nhân" Tinh tấn mãi, là "Đại Nhân" bất thoái
Rồi "Bất Nhân" hay gọi "Thánh Nhân Chân" Gọi gì chăng nữa, danh giả tạm thôi
Mặt vẫn thế ấy, Người Xưa gặp rồi! "Cảnh Vốn Tự Không, Đâu Cần Hoại Tướng
Linh Tâm Tự Chiếu, Đâu Nhờ Cảnh Sinh" Tu không Sửa đổi, sao gọi là
Tu? Tu mà không Sửa, có mắt tựa Mù! Ngã cao như núi, làm sao Giải
Thoát! Tập Khí y nguyên, cũng gọi Tu ư? Ngã cao như
núi, làm sao Giải Thoát! Tập Khí y nguyên, cũng gọi Tu ư?

Chấp Thiền Là Không Nói

Thơ: **Thanh Tịnh Liên**
Thích Nữ Chân Thiền
Nhạc: **Tuấn Khanh**

Nhiều người chấp Thiền là không nói Chẳng nói chi mới chính_ là
Thiền Chấp chước thế nhiều luỵ, nhiều phiền_ Tự trói mình trong
nghiệp oan khiên! Nói_____ không nói_____ cũng
là_____ Nhị Biên Có_____ với không_____ sao gọi_____ là Thiền?
Lạc, càng lạc, sâu vào Tương Đối, sâu vào Tương Đối Tử với Sinh, nào
phải__ an nhiên U ú ù ú u u ù ú_____
U ú ù ú u u ù ù..._____

Bốn chín năm Thuyết Pháp,_ độ_ sinh Bốn chín năm Thuyết Pháp, độ
sinh Biết bao Pháp, Mười Hai Tạng Kinh! Biết bao Pháp, Mười Hai Tạng
Kinh! Phật: "Một lời ta chưa hề nói" Phật: "Một lời ta chưa hề
nói" Tan tành vũ trụ; A Tánh Linh!___ Động, tịnh
vượt phải đấy nhiệm mầu Viên - Tròn_ Viên, Đệ Nhất Nghĩa thâm sâu Sắc với_
Không, làm sao cho thấu Trong bàn_ tay đã có Bảo Châu (Nhạc...)
Sắc với_ Không, làm sao cho
thấu Trong bàn_ tay đã có Bảo Châu___

Tù Hay Không Tù

Thơ: **Thanh Tịnh Liên**
Thích Nữ Chân Thiền
Nhạc: **Tuấn Khanh**

Cực Lạc hay_ Địa Ngục, Cực Lạc hay Địa Ngục, vẫn chính_ Tôi
vẫn chính_ Tôi Tôi tạo Cực Lạc ngay ở đầu môi
Tôi biến Địa Ngục, tràn đầy nước_ mắt
Mọi cảnh, mọi vật Tôi_ làm thương ôi!_ Giỏi dốt, siêng
lười, cũng vẫn một Tôi_ Việc Đời, việc
Đạo,_ dù nghỉ, dù_ chơi Việc dở
dang, hay cuộc đời ngang trái Vẫn là Tôi quyết
định, nổi hay trôi_ Đừng đổ tại Số, tại Kiếp đơn côi_

Đừng đổ tại Mạng, ta phải có đôi Đừng dị đoan, vô minh, chấp chước
Đừng trách Trời, trách Đất lôi thôi
Đừng liều lĩnh, ôi đừng liều lĩnh, buông cuộc đời liều lĩnh, phai
phôi Đừng dồn dập, theo làn sóng biển khơi Sáng hay Tối đều
do mình muốn thế Tự tù thôi, vì mình thích chơi vơi
Dù lỗi nào, thì vẫn chính tại Tôi Bởi Tôi muốn, nên Tôi
liều bước tới Biết cõi Đời là gian truân sóng gió
Ngừng hay Đi, cũng vẫn chính mình thôi Biết cuộc Đời là ảo ảnh trò

chơi Biết cuộc Đời là ảo ảnh trò_ chơi Đừng Chấp
Tranh, chiến đấu đổ mồ hôi Đừng Bắt Bỏ,_ vì
chỉ là huyễn_ hoá_ Đừng si mê, để Vũ Trụ kéo_ lôi!_
Thôi ngừng hận, thôi ngừng hận, ngừng trách Tôi tại Tôi Thôi ngừng
hận, thôi ngừng hận, ngừng trách Tôi tại Tôi
Kiếm Chân Thực, để ra ngoài Giả Dối Dùng chuyển_ hoá, chuyển
Hào Quang Sáng Chói Hết dật dờ, đau khổ với lăn trôi! Hết dật
dờ, đau khổ với lăn trôi! Hết dật dờ, đau khổ với lăn trôi!

Giọt Nước Mắt

Thơ: **Thanh Tịnh Liên**
Thích Nữ Chân Thiền
Nhạc: **Tuấn Khanh**

Ư___ ự ư Ư___ ự ư Ừ___ ự ư
Ừ___ ự ừ Ừ___ ự ừ Ừ___ ự ư
Nước mắt long lanh, tựa pha_ lê Lệ buồn đổ mãi,___ sao thảm_ thê!
Khóc đến bao giờ, khô nước_ mắt Buồn buồn, nối tiếp dài lê thê
Nước mắt long lanh, tựa giọt_ sương Xinh đẹp mà không, đấy Đoạn Trường Ôi! Cõi Sa
Bà, toàn nước_ mắt___ Mấy ai mà tránh khỏi thê lương! Nước mắt long lanh,
tựa kim_ cương Thấy_ đẹp mà không, đấy chán_ chường Khóc hoài khóc_ mãi,

đời nào_ dứt Có dứt gì đâu, chỉ sót_thương! Ư____ ự ư Ư____ ự
ư Ừ____ ự ư Ừ____ ự ừ Ừ____ ự ừ Ừ____ ự ư
Nước mắt long lanh, tựa pha_ lê Lệ buồn đổ mãi,____ sao thảm_ thê!
Khóc đến bao giờ, khô nước_ mắt Buồn buồn, nối tiếp dài lê thê
Nước mắt long lanh, tựa giọt_ sương Xinh đẹp mà không, đấy đoạn trường Ôi! Cõi Sa
Bà, toàn nước_ mắt____ Mấy ai mà tránh khỏi thê lương! Nước mắt long
lanh, tựa kim cương Thấy_đẹp mà không, đấy chán_chường Khóc hoài, khóc_

Này chuyện vợ chồng cũng thương đau
Này Danh, này Vọng chỉ thêm sầu
Con, cháu, bạn bè, trường rắc rối
Hạnh Phúc nơi nào, ta kiếm đâu?

mãi đời nào_ dứt Có dứt gì đâu, chỉ sót_ thương Nếu
biết đường đi, sẽ hết mê___ Này chuông cảnh tỉnh, quay_ đầu về Biển nước mắt
đầy, Cam Lồ hiện Tẩy sạch phong_ trần, hết si mê Tẩy sạch phong_ trần, hết si
mê Ư___ ự ư Ư___ ự ư Ừ___ ự ư
Ừ___ ự ừ Ừ___ ự ừ Ừ___ ự ư

Chúc Mừng Năm Mới

Thơ: **Thanh Tịnh Liên**
Thích Nữ Chân Thiền
Nhạc: **Tuấn Khanh**

3/4
Chúc mừng, chúc mừng, cùng nhau ta đón mùa xuân về Chúc mừng,
chúc mừng, cùng nhau ta đón mùa xuân tươi___ Chúc mừng_ năm mới__
__ Chúc lành nơi nơi___ Hoa nở_ ngập trời___ Nở
cả trên môi___ Nở cả trên môi___ Rượu tràn đầy vơi__
__ Pháo nổ_ vang trời___ Ròn rã nói cười___ Lòng
xuân phơi phới___ Chúc mừng thế_ giới___ Thanh bình khắp nơi__
__ Chúc mừng, chúc mừng, cùng nhau ta đón mùa xuân về Chúc
mừng, chúc mừng, cùng nhau ta đón mùa xuân tươi___ Mừng tuổi muôn người
thân tâm an lạc Chùa chùa nhang toả bánh trái hương hoa Tấp_ nập gần xa Quy

về lễ Phật Lòng thành dâng chân thật Cầu phúc, thọ, lộc, tài___ Cầu mọi
sự tiêu - tai___ Cầu an-khang, thịnh vượng___ Cầu duyên lành run-
rủi___ Cầu cứu khổ_ ban - vui___ Cầu chấm-dứt ngậm-ngùi
Cầu buôn may, bán đắt___ Sọc-sạch tiếng sóc sâm Qua khói xanh lam 'trầm'___
Ngắm nhìn hoa rộ nở___ Xuân, lúc nào chả_ xuân___ Xuân, lúc
nào chả_ xuân___ Xuân, Tết, xuân năm mới___ Mới, mới khắp cùng
nơi___ Đây Thân Tâm người ơi___ Chưa bao giờ không_ mới__
__ Vẫn_mới tinh sáng ngời___ Chúc mừng, chúc mừng, cùng nhau ta
đón mùa xuân về Chúc mừng, chúc mừng,
cùng nhau ta đón mùa xuân tươi___

Đi Hành Hương

Thơ: **Thanh Tịnh Liên**
Thích Nữ Chân Thiền
Nhạc: **Tuấn Khanh**

3/4
Đầu xuân đi Hành Hương___ Đầu xuân đi Hành
Hương___ Nhộn nhịp vui___ lạ thường___ Nhộn nhịp vui___ lạ
thường___ Người chen hoa muôn sắc___ Người chen hoa muôn
sắc___ Tà áo mầu vấn_ vương___ Tà áo
mầu vấn_ vương___ Đi mười chùa Hành_ Hương___ Lòng háo
hức khôn_ lường___ Cầu thật nhiều Năm_ Mới___ Cho em
gặp Người Thương___ Cho mẹ cha Thọ_ Trường___ Cho giầu
sang chung hưởng___ Cho người người hạnh phúc___ Cho rũ
sạch tai ương___ Qua làn khói trầm hương___ Phật vẫn nét xả

buông Đấng Đại Bi, Đại-Giác Bình-thản đang làm gương
Chợt lòng em trùng xuống Ngấn lệ vương như sương Chợt lòng em trùng xuống
Ngấn lệ vương như sương Thề kiên trì theo gót
Đấng Chan Hoà Thái Dương Thề kiên trì theo gót Đấng Chan Hoà Thái
Dương Em học hành Xả Buông Từ bi trong mọi đường
Thanh tịnh Tâm Tuyệt Đối Em khác gì hoa hương Em khác gì hoa
hương Ngân nhẹ Nghe hồi chuông Còn gì đâu Vô Thường
Còn gì đâu Vô Thường Động Tịnh cùng Nghe thế Động Tịnh cùng Nghe thế
Hành Hương hoà Muôn Phương Động Tịnh cùng Nghe
thế Hành Hương hoà Muôn Phương

Nghề Nghiệp

Thơ: **Thanh Tịnh Liên**
Thích Nữ Chân Thiền
Nhạc: **Tuấn Khanh**

Phước báu, Nhân Quả đều do cái_ Nghiệp___ Sĩ, Nông, Công, Thương, ta
đừng biệt phân___ Lợi ích như nhau, cùng đều tôn_ quí___ Ta sống dựa
nhau, nào ai thiệt hơn Nghề Tổng Thống, lo điều_động đất nước Nghề Nhà
Binh, bảo vệ giữ non sông___ Nếu không gạo thóc, ta làm sao_ sống? Ai xây
nhà, tạo vật dụng, ta___ dùng_Không có những nhà Kiến Thức thế gian___ Thì nhân loại
cũng lâm cảnh lầm than___ Lợi nhân gian nhưng cũng lợi chính mình___
Nên không tự tôn, cũng_ đừng ngạo mạn___ Lao động tay chân, cực khổ_ đừng_

than___ Lao động tay chân, cực khổ_ đừng_ than___ mồ hôi, nước mắt,
___ đóng góp giang san_____ Ôi! Hy Sinh này,_____ vô___ cùng cao_
quí_____ Đừng tự_____ ti,______ ta____ nào khác Ông Quan?___
Danh Vọng, chức vị,_ cũng nên tán_ thán Vì tu lâu, phước báu ở Trần
Gian Dù thông minh nhưng vẫn phải học hành Nghề Nghiệp nào, chẳng ngát tựa hương
lan Nghề Nghiệp nào chẳng ngát tựa hương lan____Không cách chi mà,_____ ta tách rời
đâu_____Máu chảy, ruột mềm_____ hỏi có thương đau?____Không xa cách, ồ!___chúng ta đồng
nhất_____ Ôi! Tuyệt Vời,_____ Ôi! Tuyệt Vời, phải ta___ vẫn là nhau_____ Ôi! Tuyệt
Vời,______ Ôi Tuyệt Vời, phải ta vẫn là nhau

Thế Giới Hòa Bình

Thơ: **Thanh Tịnh Liên**
Thích Nữ Chân Thiền
Nhạc: **Tuấn Khanh**

3
Hỡi toàn nhân - loại, ôi toàn thế - giới! Buông bỏ hận - thù, siết chặt tay nhau Tránh đi
3
thôi, cảnh tan - nát, thương đau Dân gian quằn - quại, tràn đầy nước mắt Cửa nhà tan - tác, đất mẹ tan
hoang! Thế - Hệ mầm non, đe doạ bàng - hoàng Huỷ - hoại bạo - tàn, gây chi tang - tóc? Hậu - Sinh thế
nào? sao khỏi hoang - mang... Cùng giọt nước mắt, cùng máu đỏ đau Cùng giọt nước
mắt, cùng máu đỏ đau Từ - Bi, Hỷ - Xả, tha - thứ cho nhau Từ - Bi, Hỷ - Xả, tha - thứ cho
nhau Sai trái gì, sẽ thề chung giải - quyết Sống sao_hài - hoà, thương thế hệ mai sau
Không tham, sân, si, dân_ giàu, nước_ mạnh____ Sót muôn loài, làm sao có chiến

tranh?___ Sót muôn loài, làm sao có chiến tranh?___ Trọng người, thương
vật, ơn Tổ Tiên, Đất Nước___ Trọng người, thương vật, ơn Đất Nước Tổ Tiên___ Sao
Tâm Tuyệt-Vời sao Tâm Tuyệt-Vời như mây_ trời xanh?___ Sao Tâm Tuyệt-Vời sao
Tâm Tuyệt-Vời như mây_ trời xanh? Suối_ reo vang, ruộng thẳng cánh_ cò
bay Suối_ reo vang, ruộng thẳng cánh_ cò bay Đây Sức Sống, Siêu-Nhiên đến_ thế_
này! Cùng Năng Lực, cùng Vầng Trăng rọi chiếu Thế-Giới Hoà_ Bình, Cực-Lạc là_
đây Thế Giới Hoà_ Bình, Cực-Lạc là_ đây Thế Giới Hoà_ Bình, Cực-Lạc là_ đây

CD THƠ NHẠC THIỀN CỦA THIỀN VIỆN SÙNG NGHIÊM

thơ
Tu Sĩ Thanh Tịnh Liên
Thích Nữ Chân Thiền
nhạc
Tuấn Khanh
hòa âm
Duy Quang
giọng ca
Anh Dũng
giọng ngâm
Hồng Vân
lời
Thanh Tịnh Liên
giọng đọc
Lam Thủy
NĂNG LỰC VI DIỆU

ánh mắt nào
thơ Tu Sĩ Thanh Tịnh Liên Thích Nữ Chân Thiền
nhạc Tuấn Khanh • hòa âm Duy Cường
giọng ca Anh Dũng • giọng ngâm Hồng Vân
lời Thanh Tịnh Liên • giọng đọc Lam Thủy

VƯỢT
NHỊ BIÊN
thơ Tu Sĩ Thanh Tịnh Liên
Thích Nữ Chân Thiền
nhạc Tuấn Khanh
hòa âm Duy Cường
giọng ca Hà Thanh
giọng ngâm Hồng Vân
lời Thanh Tịnh Liên
giọng đọc Lam Thủy

thơ Tu Sĩ Thanh Tịnh Liên Thích Nữ Chân Thiền
nhạc Tuấn Khanh • giọng ca Duy Quang • giọng ngâm Bích Ty
lời Thanh Tịnh Liên • giọng đọc Lam Thủy
BÁT NHÃ TÂM KINH

thơ
Tu Sĩ Thanh Tịnh Liên
Thích Nữ Chân Thiền
nhạc
Tuấn Khanh
hoà âm & thâu thanh
Duy Cường
PHẬT GIÁO KỲ
HỢP CA

Cửa vầng trăng soi
NHẠC THIỀN
thơ
Tu Sĩ Thanh Tịnh Liên
Thích Nữ Chân Thiền
nhạc
Tuấn Khanh
hòa âm
Duy Cường
Duy Quang

thơ
Tu Sĩ Thanh Tịnh Liên
Thích Nữ Chân Thiền
nhạc
Tuấn Khanh
hòa âm
Duy Cường
giọng ca
Hà Thanh
giọng ngâm
Hồng Vân
lời
Thanh Tịnh Liên
giọng đọc
Lam Thủy
NGHE CHĂNG AI?

thơ
Tu Sĩ Thanh Tịnh Liên
Thích Nữ Chân Thiền
nhạc
Tuấn Khanh
hòa âm & thâu thanh
Duy Cường
giọng ca
Thái Hiền
CHẤP THIỀN
LÀ KHÔNG NÓI
Thơ, Nhạc Thiền
lời Thanh Tịnh Liên qua giọng đọc của Lam Thủy
Mọi chi tiết xin liên lạc về Thiền Viện Sùng Nghiêm 11561 Magnolia St., Garden Grove, 92841
(714) 636-0118 E-mail: sungnghiem@hotmail.com
Web site: thienviensungnghiem.com

Cha
thơ
Tu Sĩ Thanh Tịnh Liên
Thích Nữ Chân Thiền
nhạc
Tuấn Khanh
hòa âm
Duy Cường
giọng ca
Thái Hiền
giọng ngâm
Bích Ty
lời
Thanh Tịnh Liên
giọng đọc
Lam Thủy

thơ
Tu Sĩ Thanh Tịnh Liên
Thích Nữ Chân Thiền
nhạc
Tuấn Khanh
hòa âm
Duy Quang
giọng ca
Hà Thanh
giọng ngâm
Hồng Vân
lời Thanh Tịnh Liên
giọng đọc Nguyên Hà
MẸ

MÙA VU LAN
Thơ, Nhạc Thiền
Thơ
Tu Sĩ Thanh Tịnh Liên
Thích Nữ Chân Thiền
Nhạc
Tuấn Khanh
Hòa âm
Duy Cường - Duy Quang
Chuông mõ
Thượng Tọa Viện Chủ
Huệ Nghiêm Tự
Lời
Thanh Tịnh Liên
Giọng đọc
Lam Thủy
Mọi chi tiết xin liên lạc về Thiền Viện Sùng Nghiêm 11561 Magnolia St., Garden Grove, CA 92841
(714) 636-0118 E-mail: sungnghiem@hotmail.com Web site: thienviensungnghiem.com
Designed by Mung Deo (714) 731-0621

thơ Tu Sĩ Thanh Tịnh Liên Thích Nữ Chân Thiền
nhạc Tuấn Khanh • hòa âm Duy Quang
giọng ca Duy Quang • giọng ngâm Hồng Vân
lời Thanh Tịnh Liên • giọng đọc Lam Thủy
viếng mộ

Mừng Phật Đản Sinh
CD SỐ 1
Thơ: Tu Sĩ Thanh Tịnh Liên
Thích Nữ Chân Thiền
Nhạc: Tuấn Khanh
Chuông mõ:
Thượng Tọa Viện Chủ
Huệ Nghiêm Tự
THƠ, NHẠC THIỀN
Thiền Thơ Không Tên

CHÂN SÁM HỐI
Thơ, Nhạc Thiền
thơ
Tu Sĩ Thanh Tịnh Liên
Thích Nữ Chân Thiền
nhạc
Tuấn Khanh
hòa âm & thâu thanh
Duy Cường
giọng ca
Thái Hiền
Mọi chi tiết xin liên lạc về Thiền Viện Sùng Nghiêm 11561 Magnolia St., Garden Grove, 92841
(714) 636-0118 E-mail: sungnghiem@hotmail.com
Web site: thienviensungnghiem.com
lời Thanh Tịnh Liên qua giọng đọc của Lam Thủy

thơ
Tu Sĩ Thanh Tịnh Liên
Thích Nữ Chân Thiền
nhạc
Tuấn Khanh
giọng ca
Duy Quang
giọng ngâm
Bích Ty
lời
Thanh Tịnh Liên
giọng đọc
Lam Thủy
CÔNG PHU
MIÊN MẬT

Tu Là Sửa Đổi
Thơ
Nhạc
Thiền
Thơ: Tu Sĩ Thanh Tịnh Liên
Thích Nữ Chân Thiền
Nhạc: Tuấn Khanh

Lời: Tu Sĩ Thanh Tịnh Liên
Thích Nữ Chân Thiền
Nhạc: Tuấn Khanh
Chuông mõ: Thượng Tọa Viện Chủ
Huệ Nghiêm Tự
Thiền Thơ Không Tên
NHẠC THIỀN

thơ Tu Sĩ Thanh Tịnh Liên Thích Nữ Chân Thiền
nhạc Tuấn Khanh • hòa âm Duy Cường
giọng ca Anh Dũng • giọng ngâm Bích Ngọc
lời Thanh Tịnh Liên • giọng đọc Lam Thủy
BỎ CHẤP TRỤ
LÀ TUYỆT ĐỐI

tụng kinh
Thơ, Nhạc Thiền
Thơ
Tu Sĩ Thanh Tịnh Liên
Thích Nữ Chân Thiền
Nhạc
Tuấn Khanh
Hòa âm và Trình bày
Duy Quang
Lời
Thanh Tịnh Liên
Giọng đọc
Lam Thủy
Mọi chi tiết xin liên lạc về Thiền Viện Sùng Nghiêm 11561 Magnolia St., Garden Grove, CA 92841
(714) 636-0118 E-mail: sungnghiem@hotmail.com Web site: thienviensungnghiem.com
Designed by Mung Deo (714) 731-0621

thơ
Tu Sĩ Thanh Tịnh Liên
THÍCH NỮ CHÂN THIỀN
nhạc
TUẤN KHANH
hòa âm & thâu thanh
DUY CƯỜNG
đi hành hương
Thơ, Nhạc Thiền
giọng ca Hà Thanh
lời Thanh Tịnh Liên qua giọng đọc Lam Thủy
Mọi chi tiết xin liên lạc về Thiền Viện Sùng Nghiêm 11561 Magnolia St., Garden Grove, CA 92841
(714) 636-0118 E-mail: sungnghiem@hotmail.com Web site: thienviensungnghiem.com
Designed by Mung Deo (714) 731-0621

CÔNG QUẢ
Thơ, Nhạc Thiền
thơ
Tu Sĩ Thanh Tịnh Liên
Thích Nữ Chân Thiền
nhạc
Tuấn Khanh
hòa âm & thâu thanh
Duy Cường
giọng ca
Anh Dũng
lời
Thanh Tịnh Liên
qua giọng đọc
Lam Thủy
Mọi chi tiết xin liên lạc về Thiền Viện Sùng Nghiêm 11561 Magnolia St., Garden Grove, CA 92841
(714) 636-0118 E-mail: sungnghiem@hotmail.com
Web site: thienviensungnghiem.com

NHẠC THIỀN
Nhạc
Tuấn Khanh
Thơ
Tu Sĩ Tịnh Liên
Chuông Mõ
Thượng Tọa Viện Chủ
Huệ Nghiêm Tự
Mùa Vu Lan 2001

thơ
Tu Sĩ Thanh Tịnh Liên
Thích Nữ Chân Thiền
nhạc
Tuấn Khanh
hòa âm & thâu thanh
Duy Cường
lời
Thanh Tịnh Liên
giọng đọc
Lam Thủy
Chúc mừng năm mới
Thơ, Nhạc Thiền
HỢP CA
Thái Hiền • Lam Thủy • Anh Dũng
Chính Mung • Duy Cường • Tuấn Khanh
Mọi chi tiết xin liên lạc về Thiền Viện Sùng Nghiêm 11561 Magnolia St., Garden Grove, 92841
(714) 636-0118 E-mail: sungnghiem@hotmail.com
Designed by Mung Deo ~ MUNGTHUY GRAPHICS (714) 731-0621
All Rights Reserved / Printed in USA

GIỌT NƯỚC MẮT
thơ Tu Sĩ Thanh Tịnh Liên Thích Nữ Chân Thiền
nhạc Tuấn Khanh • hòa âm Duy Cường
giọng ca Quỳnh Giao • giọng ngâm Bích Ngọc
lời Thanh Tịnh Liên • giọng đọc Lam Thủy

Thơ
Tu Sĩ Thanh Tịnh Liên
Thích Nữ Chân Thiền
Nhạc
Tuấn Khanh
Chuông mõ
Thượng Tọa Viện Chủ
Huệ Nghiêm Tự
Mừng Phật Đản Sinh
Thiền Thơ Không Tên
CD SỐ 2
THƠ, NHẠC THIỀN

PHẬT THỪA
Thơ, Nhạc Thiền
lời Thanh Tịnh Liên
qua giọng đọc của Lam Thủy
thơ
Tu Sĩ Thanh Tịnh Liên
Thích Nữ Chân Thiền
nhạc
Tuấn Khanh
hòa âm
Duy Quang
giọng ca
Duy Quang
Mọi chi tiết xin liên lạc về Thiền Viện Sùng Nghiêm 11561 Magnolia St., Garden Grove, 92841
(714) 636-0118 E-mail: sungnghiem@hotmail.com
Web site: thienviensungnghiem.com

CÚNG DƯỜNG
Thơ, Nhạc Thiền
Lời Thanh Tịnh Liên
Qua giọng đọc Lam Thủy
Thơ: Tu Sĩ Thanh Tịnh Liên
Thích Nữ Chân Thiền
Nhạc: Tuấn Khanh
Hòa âm: Duy Cường
Giọng ca: Thái Hiền
Mọi chi tiết xin liên lạc về Thiền Viện Sùng Nghiêm 11561 Magnolia St., Garden Grove, 92841
(714) 636-0118 E-mail: sungnghiem@hotmail.com
Web site: thienviensungnghiem.com

thơ Tu Sĩ Thanh Tịnh Liên Thích Nữ Chân Thiền
nhạc Tuấn Khanh • hòa âm Duy Cường
giọng ca Quỳnh Giao • giọng ngâm Hồng Vân
lời Thanh Tịnh Liên • giọng đọc Lam Thủy
nụ cười

Mùa Vu Lan
THƠ, NHẠC THIỀN
Thơ: Tu Sĩ Thanh Tịnh Liên
Thích Nữ Chân Thiền
Nhạc: Tuấn Khanh
Chuông mõ: Thượng Tọa Viện Chủ
Huệ Nghiêm Tự

Lối Về Nguồn 2
Nhạc Thiền
Thơ: Tu Sĩ Thanh Tịnh Liên
Thích Nữ Chân Thiền
Nhạc: Tuấn Khanh

www.ingramcontent.com/pod-product-compliance
Lightning Source LLC
LaVergne TN
LVHW071531061026
849580LV00004B/950
* 9 7 9 8 3 4 9 4 6 1 2 5 5 *